முருகன் பெருமை

கா. சுப்பிரமணிய பிள்ளை

Title: Murugan Perumai

Author: K. Subramania Pillai

Language: Tamil

First Published on: 1929

Year of Publication: 2024

Book Format: Paperback

*Page Size: 6inch * 9inch*

Category: Religious

Subject: Hinduism

No. of pages: 28

ISBN: 978-81-996770-9-8

Published by: Nilan Publishers, Madurai, Tamilnadu, India

பொருளடக்கம்

குறிப்புகளுக்காக

உ

திருச்சிற்றம்பலம்

முருகன் பெருமை

'முருகன்' என்ற சொல் 'இளமையும் அழகுமுடையோன்' என்று பொருள்படும் 'என்று மிளையோய் நம' என்றவாறு எப்பொழுதும் எழிலுடையவனாய், நரை திரை மூப்பு பிணி சாக்காடு முதலிய துன்பங்கள் இல்லாதவனாய் விளங்கும் பெருந்தன்மை இறைவனுக்கே உளதாம். உயிர்கள் பிறப்பிறப் புடையனவாகலான் அவை என்றும் இளமையுடையனவல்ல. வீடு பெற்றோரும் வீடெய்துவதற்குமுன் மாறா இளமையுடையவரல்லராக லான் அவர்கள் கட்டும் வீடும் இல்லாத கடவுளைப்போல என்று மிளமை யடையவராகக் கருதப்படார். எஞ்ஞான்றும் நிலைத்த இளமையுடைமை போல இறைவன் என்றும் வாடாத அழகையுமுடையவன்.

காணப்படாத கடவுளைக் காணத்தக்க திருவுருவுடை யனாய்க் கருதி வழிபடும் மக்கள் அத்திருவுருவின் வைத்து அவன் பெருந்தன்மையை உணர்த்துங்கால்

இளமை, அழகு முதலிய உருவச் சிறப்பினை விளக்குஞ் சொற்களை வழங்குதல் இயல்பே. ஐம்புலனுக்கும், உள்ளத்திற்கும் இன்பந் தரவல்ல இறைவன்றிரு வுருவினைச் சுட்டுவதற்கு 'முருகு' என்ற சொல்லிலும் சிறந்த மொழியில்லை. அச் சொல்லிற்கு அழகு தேன் மணம் இளமை கடவுட்டன்மை என்னும் பொருள்களுண்மையால், திருவுருவின் கண்கவர் வனப்பினையும், செவிக்கினிய தேன் போன்ற இன்சொல் லினையும், மூக்கிற்கு இனிமை பயக்கும் நறுமணத்தினையும், மெய்ந்நயந் தெரிக்கும் இளமையினையும், உள்ளத்தால் மதித்து வாயாரப் புகழ்தற்குரிய கடவுட்டன்மையினையும் ஒருங்கே அச்சொல் உணர்த்தி நிற்றல் காண்க. 'ஒரு நாமம் ஓருருவம்' இல்லாத பெருமானை வடிவினாலும் பெயரினாலுமே சுட்டறிவுடைய மக்கள் எளிதில் வழிபடற்குரியராதலின் அவனது திருவடிவத்திற்கு ஏற்பவே அவனது திருப்பெயரும் அமைக்கக்கருதிய பண்டைத் தமிழ்மக்கள் 'முருகன்' என்ற நன்மொழியினையே பிறவற்றினுஞ் சிறந்த திருப்பெயராகக் கொண்டு இறைவனை வழிபடுவாராயினர். இயற்கைப் பொருள்களின் அழகும், இளமையும், மணமும் செவ்விதிற் றிகழுமிடம் குறிஞ்சி நிலமாதலின், குறிஞ்சி நில மக்களே இறைவனுக்கு இப்பெயரைச் சிறப்பாகக் கொண்டனரென்க.

உலகிற் காணப்படும் பொருள்கள் எல்லாவற்றையும் பகுத்துப் பார்க்குங்காலை அவை யாவும் மண் புனல் அனல் வளி வான் என்னும் ஐந்தினுள் அடங்கும். அவற்றின் இயக்கங் கட்கெல்லாம் காரணமாகிய உயிர்த்தன்மை யும் யாவர்க்கும் புலனாவதொன்றே. மண் முதலிய ஐம்பூதக் கூட்டுறவாற் றோன்றிய உடம்பிற்கு மெய் வாய் கண் மூக்கு செவி என்னும் ஐம்பொறிகள் உள்ளன. அவற்றிற்குப் புலனாகும் சுவை ஒளி ஊறு ஓசை நாற்ற மென்னும் ஐந்துமே உலக அறிவின் வாயில் களாயுள்ளன. யாவரும் அறிந்த இவற்றையே உலகியல் கூறப்போந்த ஆசிரியர் திருவள்ளுவனாரும் விதந்தோதினர்

"வஞ்ச மனத்தான் படிற்றொழுக்கம் பூதங்க
ளைந்து மகத்தே நகும்"

"பொறிவாயி லைந்தவித்தான் பொய்தீ ரொழுக்க
நெறிநின்றார் நீடுவாழ் வார்"

"சுவையொளி யூறோசை நாற்றமென் றைந்தின்
வகைதெரிவான் கட்டே யுலகு"

என்பன காண்க.

இவ்வாறே உயிரினியல்பையும் ஆசிரியர் திருவள்ளுவர் இனிது விளக்கிப் போந்தனர். ஈண்டுக் கூறிய ஐந்துமே அறிவில்லாத பொருள்கள் அனைத்தையும் அடக்கி

நிற்றலானும், உயிர்த்தன்மை யொன்றே அறிவுடைமையை விளக்குதலானும் அறிவற்றதும் அறிவுள்ளதுமாகிய ஞாலமுழுவதிலும் கலந்து அவற்றை இயக்குவோனாகிய தலைவனுக்கு அந்த ஞாலத்தையே திருமேனியாகவும், அதற்கு அடிப்படையாகிய ஐம்பூதமும் உயி ருமாகிய ஆறினையும் திருமுகங்களாகவும் உருவகித்துக் கூறி, எங்கும் நிறைந்த கடவுட் டன்மையை மக்கட்கு நினைவூட்டக் கருதிய பண்டைப் பெரியோர் இறைவனை 'ஆறுமா முகப்பிரான்' என்றார்கள்.

ஐம்முகங்களும் கட்புலனாய உலகத்தோடு கலந்துள்ள இறைவன் பெருமையை விளக்குவனவாதலால், அவற்றை வெளித்தோன்றும் திருமுகங்களாகவும், கட்புலனாகாத உயிரினோடு கலந்தவிடத்தை உண்முகமாகிய தோன்றாத் திருமுகமாகவும் பெரியோர் கூறுவாராயினர். தோன்றாத திருமுகத்தையே 'அதோ முக'மென்றனர். உயிர்க்கு இன்னல் களையும்பொருட்டு இறைவன் தன் நிலை முழுவதுந் தோற்றுவித்தகாலை 'ஐந்து முகத்தோடு அதோமுகமுந் தந்து திருமுகங்களா றாகி அவன் வெளிப்பட்டருளுவனென்று அறிஞர் பகர்ந்தனர்.

"ஆமே பிரான்முக மைந்தொடு மாருயி
ராமே பிரானுக் கதோமுக மாறுள"

என்ற திருமூலர் திருவாக்கு இதனை வலியுறுத்தும். இறைவனது ஆறு திருமுகங்களுள் ஐந்து திருவைந்தெழுத்தாலும் ஆறாவது திருமுகம் ஓங்காரமாகிய பிரணவமுதுமொழியாலுங் குறிக்கப்படுமென்ப.

"ஓமெனப்படுங் குடிலையே ஒப்பிலா முருகன்
மாமுகத்து ளொன்றாம்"

(கந்தபுராணம்)

என்றதுமது. வேள்வியில் இறைவனை வழி பட்ட மக்கள் அவனை ஐந்து திருமுகமுடைய சதாசிவமூர்த்தியாகக் கருதியது போலவே, அவனை ஆறுதிருமுகமுடைய முருகனாகவுங் கருதி அவனது திருப்பெயரை மும்முறை வழுத்தினரென்பது பின்வருங் காஞ்சிப் புராணச் செய்யுளான் உணரப்படும்.

"எக்கலைக்கும் பூதங்க ளெவற்றினுக்கும்
பிரமனுக்கு மீச னென்னத்
தக்கமுதல் பரப்பிரமஞ் சதாசிவனோ
மெனவேதஞ் சாற்று மல்லான்
முக்கனல்சூழ் வேள்வியிற்சுப் பிரமணிய
னோமெனவு முக்காற் கூறும்."

இறைவனை அறுமுகவனாகக் கருதி வழிபட்ட பெரியோர்கள்,

"அருவாகி நின்றானை யாரறிவார் - தானே
உருவாகித் தோன்றானே லூற்று"

என்ற வண்ணம் குணங்குறியற்ற பரம்பொருளாகவும் பல
பனுவல்களிற் போற்றியுள்ளார்.

ஊரி லான்குணங் குறியிலான்
செயலிலா னுரைக்கும்
பேரி லானொரு முன்னிலான்
பின்னிலான் பிறிதோர்
சாரி லான்வரல் போக்கிலான்
மேலிலான் தனக்கு
நேரி லானுயிர்க் கடவுளாய்
என்னுள்ளே நின்றான் (கந்தபுராணம்)

"வாசித்துக் காணொணாதது
பூசித்துக் கூடொணாதது
வாய்விட்டுப் பேசொணாதது - நெஞ்சினாலே
மாசர்க்குத் தோணொணாதது
நேசர்க்குப் பேரொணாதது
மாயைக்குச் சூழொணாதது" (திருப்புகழ்)

'அறிவினில் அறிவால் மன்னி' என்ற வண்ணம்
முருகனுக்கு அறிவே திருமேனி என் றும்,
பேரறிவினாலே அறிந்து வழிபடற்பால னென்றும்,

அவனுடைய திருவருளினாலேயே அவனை யறிதல் கூடுமென்றும் பெரியோர் பல இடங்களிற் குறிப்பித்தனர்.

"அறிவுமறி யாமையுங் கடந்த
அறிவுதிரு மேனியென் றுணர்ந்துன்
அருணசர ணாரவிந்தமென்று - அடைவேனோ"

"அறிவாலறிந்து னிருதா ளிறைஞ்சு
மடியா ரிடைஞ்சல்-களைவோனே"

"அறிவையறி வாலறிந்து - நிறைவாகி
அகிலபுவ னாதியெங்கும் வெளியுற
மெய்ஞ் ஞான இன்ப
அமுதை யொழி யாதருந்த -- அருள்வாயே"

தமிழ் ஆரியம் என்னும் இருமொழிப் பண்டைப் பனுவல்களுள்ளும் முழுமுதற் கடவுள் உலகத்தைப் படைத்துக் காத்து அழிக்கும் மூன்று பெருந்தேவர்க்கு வேறாய் அவரால் வணங்கப்படுவோன் என்ற குறிப்புக் காணப்படுகின்றது. இக்கருத்துப் பற்றியே முழு முதற்கடவுளாகிய சிவம் மூவரின் வேறாகிய நாலாவது பொருளென்று உபநிடதம் கூறு கின்றது. திருவாசகத்துள்,

"மூவரு மறிகிலர் யாவர்மற் றறிவார்"

"மூவர் கோனாகி நின்ற முதல்வன்"

என்பன காண்க.

இவ்வாறே முருகப் பெருமானையும் பண்டைத் தமிழ்நூல்கள் புகல் கின்றன. பரிபாடல் அ-ம் பாட்டினுள்,

"மண்மிசை யவிழ்துழாய் மலர்தரு செல்வத்துப்
புண்மிசை கொடியோனும் புங்கவ மூர்வோனும்
மலர்மிசை முதல்வனும்...........
பற்றா கின்றுநின் காரண மாகப்
பரங்குன்று"

என்றவிடத்து மூவரும் செவ்வேளை வணங்குதற் பொருட்டுத் திருப்பரங்குன்றிற் காத்திருப்பதாகக் கூறப்பட்டது காண்க. அவ்வாறே திருமுருகாற்றுப்படை யுள்ளும்,

"பலர்புகழ் மூவருந் தலைவ ராக
ஏமுறு ஞாலந் தன்னிற் றோன்றி
அந்தரக் கொட்பினர் வந்துடன் காண
....
வி னன்குடி யசைதலு முரியன்"

என்றமையால், அயன் அரி அரன் என்னும் மூவரும் தாங்கள் தலைவராதற்கு வரம் பெறு தற்பொருட்டுப் பிற தேவர்களோடு வந்து காணும்படியாகத்

திருவாவினன்குடியிலே முருகப்பெருமான் எழுந்தருளி யிருத்தற்குரியர் என்பது தெளியப்படும். இன்னோரன்ன பல மேற்கோள்களால் முருகப்பெருமான் சிவத்தின் வேறு அல்லர் என்பது நன்கு விளங்கும்.

"மாறின்றி வைகும் பரமன் வடிவான செல்வேள்" என்றதுமது. பெருந் திருக் கோலத்தோடு தோன்றிய இறைவனைத் தந்தையாகவும் இளந்திருக்கோலத்தோடு தோன் றிய முதல்வனைப் பிள்ளையாகவும் வழங்குதல் உலகியற்கைக்கு ஒத்ததொன்றே. இறைவனை என்றும் நிலைத்த பரம்பொருளென்பார் சத்தென்றும், முற்றறிவினனென்பார் சித்தென் றும், பேரின்ப வடிவினனென்பார் ஆனந்த னென்றுங் கூறுவர். இவற்றிற்கு ஒத்தவாறே முழுமுதற் கடவுளைத் தந்தையென்றும் தாயென்றும் மைந்தனென்றும் வழிபடுதல் மரபு. மைந்தனென்று வழிபடுங்கால் அவனைப் பேரின்ப வடிவினனாகப் பெரியோர் கருதினராகலின், முருகப்பெருமானை ஆனந்த மயன் என்றார் வடநூலார். முருகன் என்ற சொல்லின் பொருளையே அவர் அச் சொற்றொடராற் குறித்தன ரென்க. இதுகாறுங் கூறியவாற்றான் முருகப்பெருமான் வழி பாடு முழுமுதற்கடவுளது வழிபாடேயா மென்பது தெள்ளிதிற் புலனாகும்.

முருகப்பெருமானது பெருமை புராண வாயிலாகப் பாராட்டுவதே பெருவழக்காகக் காணப்படுகின்றது. முருகப்பெருமான் சூர பதுமன் என்னும் அசுரர் தலைவனை வென்று விண்ணோரை மீட்டருளினர் என்று பன்னூல்களுநங் கூறுகின்றன.

'பாயிரும் பனிக்கடல் பார்துகள் படப்புக்குச்
சேயுயர் பிணிமுக மூர்ந்தம ருழக்கித்
தீயழ றுவைப்பத் திரியவிட் டெறிந்து (ரு)
நோயுடை நுடங்குசூர் மாமுத றடிந்து" (பரிபாடல்,

"சூர்மருங் கறுத்த சுடர்ப்படை யோயே', (கச)

"சூர்நிரந்து சற்றிய மாதபுத்த வேலோய்' (,,கஅ)

'பார்முதிர் பனிக்கடல் கலங்கவுள் புக்குச்
சூர்முத றடிந்த சுடரிலை நெடுவேல்"

(திருமுருகாற்றுப்படை)

"சமர சூரபன் மாவைத் தடிந்தவேல்"(தேவாரம்)

என்றும் வருவன காண்க. இவ்வரலாற்றினை விரித்துக் கூறும் பெருநூல் கந்தபுராணம்.

அறுமுகக் கடவுள் சூரபதுமனை வென்றன ரென்ற கதை பொய்யோ மெய்யோ என்று இக்காலத்தில் பலர் ஆராய்கின்றார்கள். அறு முகத்தோடு கடவுள் தோன்றி

யிருப்பாரோ என்னும் ஐயப்பாடு சில மக்கள் உள்ளத்தில் எழுகின்றது. இக்கதையைத் திருமூலமா முனிவர் தெளிவாக ஓர் செய்யுளில் குறித் தனர்.

"எம்பெரு மானிறை வாமுறை யோவென்று
வம்பவிழ் வானோ ரசுரன் வலிசொல்ல
வம்பவள மேனி யறுமுகன் போயவர் தம்பகை
கொல்லென்ற தற்பரன் றானே"

இப்பாட்டினால் தெளிவாக விளங்குகின்ற கதையானது நடைபெறவில்லை யென்று கூற முடியாது. புராண கதைகளை யாராய்வோர் புராண முழுவதும் பொய்யெனக் கொள்ளுதல் தவறு. பொய்யுங் மெய்யும் கலந்தே அவைகள் அமைந்துள்ளன. அறிவிற்குப் பொய் யென்று பொருத்தமானவற்றைப் கழிப்பின் உண்மை ஈதென அறியமுடியாது. ஆதலால் பொருந்துவ தொன்றை நடந்த தென்று கொள்ளுதலே நன்று. சூரபதுமனன்பான் ஒரு மன்னனென்றும் அவன் பலரைத் துன்புறுத்தினானென்றும் துன்புறுத்தப்பட்டோருடைய தலைவன் அம்மன்னனை வென்று கொன்றானென்றும் கொள்ளுதலிற் பொருத்த மின்மை யாதுமில்லை. வருந்தினோர் தமக்குத் தலைவனாகக் கொண் டது மனிதனையோ கடவுளையோ என்ற ஐயம் நிகழற்பாலது. கடவுட்டன்மை யாதுமில்லாத ஒரு தலைவனைக் கடவுளோடியைத்துச் சமய முதல்வனாக வழிபடக்

காரணமில்லை. வீர மிக்க பல மன்னரை மன்னராகவே மக்கள் கருதியிருந்தார்கள். தமிழ் நாட்டு மூவேந்தரையாதல் வடநாட்டுப் பல மன்னர்களையாதல் கடவுளென்று நமது நாட்டினர் வழிபடவில்லை. வியத்தகு கடவுட் செயலைக் கண்ட விடத்தேதான் கடவுள் நினைவு மக்களுக்கு ஏற்படும். அப்போது அச்செய அடையாரைக் கடவுட் டன்மையுடையா ரென்று மக்கள் அறிந்தோ அறியாமலோ மதித்துப் போற்றுவர். நமது நூல்களிலே கடவுள் திருவருள் பெற்றுப் பெருஞ்செயல் புரிந்த பெரியோரைக் கடவுட் பகுதியினராகவே கருதி வழிபடுதல் காணப்படுகின்றது. அவர்கள் செயலைக் கடவுட் செயலாகவே கருதுவதும் வழக்கமே. சிறந்த பெருநன்மை விளைந்த விடத்து அதனைக் கடவுளது திரு வருட் செயலாகக் கருதுதல் மக்களியல்பு.

வறியவன் ஒருவனுக்கு மிகுந்த நிதியினைக் கொடையாளி ஒருவன் எதிர்பாராத காலத்திலே வழங்குவனாயின், அது கடவுளருளால் தனக்குக் கிடைத்த தென்று கருதுவான். அப்படியே ஒரு சமுதாயத்தாரும் தங்கட்கு நேர்ந்த பேரிடையூறு தீர்ந்த காலை அது கடவுளருளால் தீர்ந்ததாகவே கருதுவர்.பொதுவாக எல்லா நன்மைகளும் கடவுளருளா லேயே விளைகின்றன எனினும், பலர்க்கும் நன்மை பயக்கத் தக்க பேருதவிப் பெருஞ் செயல் நிகழ்ந்தபோது

கடவுளது கருணையானது வெள்ளிடை மலைபோற்றெள்ளியதா கும். ஆதலின் அப்பெருஞ் செயலைச் சிறப் பாகத் திருவருள் விளைவென்று மக்கள் பலரும் உள்ளத்திற் கொண்டு மகிழ்தல் இயற்கையேயாதலின், அது தவறாகாது. சூரபது மன் என்பவனால் தமக்கு நேரிட்ட பேரிடர் தீர்க்கப்பெற்றோர் அவனது தோல்வியைத் தமது தலைவனது வெற்றியாக மாத்திரங் கருதாது அத்தலைவனை யியக்கும் இறைவனது வெற்றியாகவுங் கருதியிருத்தல் கூடும்.

அறுமுகக் கடவுளது புராண வரலாற்றினை உற்று நோக்குங்கால் ஏனைய மக்களின் சரித்திரம் போல அது தோன்றவில்லை.எவ்விடத் தும் இறைவன் மைந்தனாகவே அவர் கூறப் படுகின்றார். பரிபாடற் கதையினுள் அவரது தோற்றம் இழிந்ததொரு முறையில் கூறப்பட்டிருந்தாலும், அவர் சிவனாரது திரு மகனாராகவே ஆண்டுக் காணப்படுகின்றார். ஆண்டுச் சிவனார் என்பது முழுமுதற் கடவுள் பால் வீடு பயக்கும் மெய்யுணர்வு பெற்றுத் திகழும் பெருந் தலைவனாகிய உருத்திரனை என வும், எல்லாம் வல்ல பரம்பொருளையேயா மெனவும் இருவகைப்பட்ட கொள்கைகள் உள்ளன. முன்னைய கொள்கை உண்மை யாயின் சூரனை வென்ற முருகப்பிரான் உருத்திர வர்க்கத்தினராவர். பின்னைய துண்மை யாயின் அவர் பரம்பொருளேயாவர். இவற் றைப்பற்றி ஒரு சிறிது

ஆராய்வாம். சைவ நூல்களிலே உலகமனைத்தும் சுத்தமாயை,

அசுத்தமாயை, பிரகிருதிமாயை என்னும் மூன்று பிரிவினுள் அடங்குமென்றும், சுத்த மாயையில் இறைவன் தாமே ஐந்தொழில்களை இயற்றுகின்றாரென்றும், அசுத்த மாயை யில் ஐந் தொழில்களை அனந்தேசர் வாயிலாகவும், பிரகிருதிமாயையில் அவற்றைச் சீகண்ட ருத்திரர் வாயிலாகவும் நடாத்துகின்றாரென் றுங் கூறப்பட்டிருக்கின்றது. பிரகிருதி மாயையுள் நிலமுதல் மூலப்பகுதிவரை உள்ள தத்துவங்கள் அடங்கும். ஒவ்வொரு தத்துவத் தில் அண்டங்கள் பலப் பல நிறைந்துள்ளன. ஒவ்வொரு அண்டத்திற்கும் அயன் அரி அரன் என்னும் மூவரும் வேறு வேறாக வீற்றிருந்து இத்தொழில் நடத்துவதாகச் சிவாகமம் செப்புகின்றது. முதல்வனுக்குரிய வடிவும் பெயரும் உருத்திரர்க்குமுள வென்று கேட்கப்படுவதால் முதல்வனைக் கூறு மொழிக ளும் உருத்திரரைக் குறிக்குமென்று கொள்ள இடமுண்டு. புராணங்க ளுள்ளே விண்ண வர் தமக்குத் துன்பம் நேர்ந்துழி அயனிடஞ் சென்றதாகவும் அயன் அரியிடஞ் சென்றதாகவும் அரி உருத்திரப்பிரானை யடைந்து குறையிரந்ததாகவுங் கூறும் வழக்கம் யாவர்க் கும் வெளிப்படை. ஆதலின் சூரன் போரினை விண்ணவர்க்கும் அவர்கள் எதிரிகளுக் கும் நடந்த

போரெனக் கொள்ளுவார். அண்டத்திற்குத் தலைவராகிய உருத்திரப்பிரான் வாயிலாகவோ பிரகிருதிக்குத் தலைவராகிய சீகண்டருத்திரர் வாயிலாகவோ அறுமுகக் கடவுள் தோன்றிச் சூரனை யழித்தார் என்று கருதுவார். அங்ஙனங் கருதுமிடத்து உருத் திர வருக்கத்துள் முருகன் அடங்குதல் காண்க. உருத்திர வருக்கத்தார் உயர்ந்த உயிரினத்தவரே யாவர்.

இனிச் சூரன் போரினை மக்களுள் இரு பெருங் குழுவினரிடை நடந்ததே யென்று கொள்வார்க்கும் இக் கொள்கை தழுவத் தக்கதேயாம். மக்கட்குப் பேரிடர் விளைந்த காலை அவரவர் வழிபடு கடவுள் அதனைத் தீர்த்துப் பேருதவி புரிதல் அருட்செயலே யாமாதலின் சிவபெருமானை வழிபட்ட மக் கட்கு உருத்திரப்பிரான் வாயிலாக ஒரு தலைவன் தோன்றி, அன்னோர் பகைவரை வென் றிருத்தல் கூடுமென்பது பொருத்தமான கொள்கையேயாம்.

அறுமுகக் கடவுளின் தோற்றத்தைப் பற் றிப் பரிபாடலின்கண் கூறப்பட்ட கதை ஏதோவோருண்மையை உருவகத்தாற் பொ திந்து கூறியது போலத் தோன்றுகின்றதே யன்றி, நேர் பொருள் கொள்ளக் கிடப்ப தாய்த் தெரியவில்லை. நேர்பொருள் கொள் ளின் அஃது இயற்கைக்கு முரணாம். அதனுள் முக்கட் கடவுள் உமையின் கருவை இந்திரனுக்காகப் பல

துண்டுகளாகச் சேதித் தான் என்றும், அத்துண்டுகள் எழு முனிவர் மனைவிகளுள் அருந்ததி யொழிந்த ஏனை யோர் அறுவரும் வேள்வி வாயிலாக அவியாகப் பெற்று அயின்றன ரென்றும், பின்னர்ச் சரவணப் பொய்கையில் தாமரைப் பூம்பாயலில் ஒருங்கு பெற்றார் என்றும், பெற்ற ஆறு பகுதியும் ஒன்றாய் ஒரு முதல்வன் வெளிப்பட்டா னென்றும் கேட்கப் படுகின்றது. கந்தபுராண முடையார் கருத்துண்டங்களுக்குப் பதிலாகச் சிவனார் திருக்கண்ணினின்றும் ஆறு பொறிகள் தோன்றின வென்றும், அவற்றைக் காற்றுக் கடவுள் அனற்கடவுள்பால் கொடுப்ப அவன் சரவணப் பொய்கையில் உய்த்தனன் என்றும் பகர்ந்தனர். பரிபாடலுள்ளும் அனற்கடவுள் வாயிலாக அறுவர் பெற்றனரென்றும் சரவணப் பொய்கையில் அறுமுகக் கடவுள் பிறந்தனரென்றுங் காணப்படுவதால் இருகதை யின் பிற்பகுதிகள் தம்முள் ஒத்தனவென்றே கொள்ளலாம். இறைவன் பால் தோன்றிய கனற் பொறியை வான் என்னும் ஐந்தாவது பூதத்தின் தன்மையுடையதாகவும், ஐம்பூகத்திலும் வான் முற்பட்டதாகலின் கருவென்று கூறியது வானிலெழுந்த உரு மூலத்தைக் குறிக்குமென்றுங் கொள்ளுதல் பொருந்துவ தொன்றே. காற்றின் குணம் சிதறுவதாகலின், பரந்த பொறிகள் காற்றுக் கடவுள் பால் கொடுக்கப்பட்டன வென்பதும், சுருப் பிண்டம் பல

துண்டுகளாயின வென்பதும் ஒரே கருத்தை விளக்குவன என்னலாம்.

காற்றிற்கு முதல்வன் மகேசுரன் ஆதலின், அவன் கருப்பிண்டத்தைச் சிதைத்தான் என்ற கதை எழுந்ததுபோலும்! இரு கதையினுள்ளும் தீக்கடவுளின் தொடர்பு கூறப்படுகின்றது. ஆதலின் வானிலொன்றாய் எழுந்து காற்றில் திரிபுற்ற கருவின் மூலம் நெருப் பினாற் பக்குவப்பட்டது என்பது போதருகின்றது. சரவணப் பொய்கை என்றவிடத்து நீராகிய இரண்டாம் பூதமும் நிலமாகிய முதற் பூதமும் ஒருங்கே குறிக்கப்பட்டன. சரவணம் என்பதும் தாமரைப் பூம்பாய லென்பதும் நிலமாய முதல் தத்துவத்திற்கு அறிகுறியாமென்ப. ஆகவே வானிலெ ழுந்த கருவின்மூலம் ஒவ்வொரு பூதத் தொடர்பாலும் செவ்வியுற்று, நிலத்தின்கண் முழுத் திருவுருவாக வெளிப்பட்டதென்பதே இரு கதைகளினுடையவும் உட்கிடையென்று புலனாகின்றது.

அறுமுகக் கடவுள் பிறப்பை இவ்வாறு கூறுவதினாலே அது தெய்வத்தன்மை யுடை யதென்று குறித்தவாறாம். ஐம்பூதங்களினின்றே முதல்வன் திருவுருவெடுத்து விளங்கினான் என்று குறித்தமையாலே அவன் மக்களைப் போலப் பிறந்தான் என்று கொள்ளுதல் பிழைபடு மென்பதே இக்கதைகளின் முடிபாகும். உருத்திரப்பிரான் நெருப்பிற்குத் தலைவராதலாலும்

மகேசர் காற்றிற்குத் தலைவராதலாலும், அறுமுகக்கடவுள் சீகண்ட ருத்திரருடைய அழல்பயிலும் நெற்றிக் கண்ணினின்றும் தோன்றினா ரென்றும் காற் றினை இயக்குதற்குரிய மகேசர் மார்பினின்று தோன்றினா ரென்றும் முறையே புராணமும் ஆகமமும் கூறினவென்று தெளிக. வானில் நுட்பமாய் வெளிப்படாதிருந்த பொருள் காற்று நெருப்பு என்னும் இவற்றின் சேர்க்கையால் வெளித் தோன்றும் உருவாய்த் திகழ்தலின் அவ்விரண்டு பூதத்தையும் அறு முகக்கடவுள் தோற்றத்திற்குப் பெரிதும் உதவினதாக நூலோர் கூறுவாராயினர்.

இனிச் சூரனை வென்ற அறுமுகப் பிரானை உருத்திரப் பெருமான்பால் தோன்றின ரெனக் கருதாது மக்களுட் சிறந்து விளங்கிய ஒரு பெருந் தலைவரின் புதல்வரெனக் கொள்ளினும், பரிபாடலின் கண் சிவனாரது புதல்வராகவே அவர் கூறப்பட்டமையால், சிவனாரென்று கூறத்தக்க பெருஞ்சால்பும் பேரறிவும் படைத்த அருளாளாது அருமைப் புதல்வராகவே அவர் கருதற்பாலாரென்பது முடியும். அங்ஙனங் கொள்ளுமிடத்து மேற் கூறிய கொள்கைக்கு அஃது அடுத்ததாகும்.

'காஅய் கடவுள் சேஎய் செல்வேள்'

என்ற பரிபாடலடி உருத்திரப்பிரானின் புதல் வர் செவ்வேளென்ற கொள்கையை வலியுறுத்தும்.

உருத்திரப்பிரானை உயிர்வருக்கத்தினுள் வைத்தெண்ணுவோர் அறுமுகப் பெருமானையும் அவ்வாறே கருதி அவர் சூரபதுமனை வென்ற செய்தியை முழுமுதற் பரம்பொரு ளாகிய அறுமுகக் கடவுளே இயற்றியதாகச் செப்புதல் புராண மரபு என்பர். திருஞான சம்பந்தர் சமணரை வென்றதை முருகக் கடவுள் வென்றதாகத் திருப்புகழுடையார் தமது பாடலுட் செப்பியதை இக்கொள் கைக்கு எடுத்துக்காட்டாகக் கூறுவர். இனி அவ்வாறன்றி முழுமுதற் கடவுளே அறுமுகப் பெருமானாகத் தோன்றிச் சூரபன்மனை வென்று ஆட்கொண்டனன் என்று கூறுவாருமுளர். அக்கொள்கை யுடையோர் உருத்திரப் பிரான்பால் அறுமுகக் கடவுள் தோன்றியது மணியிலிருந்து ஒளிதோன்றியது போல வெனவும், தூணிலிருந்து நரசிங்கத் தோன்றி யது போலவெனவுங் கருதவேண்டு மென சிவபெருமான் படைத்தல் காத்தல் அழித்தல் என்னும் முத்தொழிலையே சீகண்ட ருத்திரர் வாயிலாக மூலப் பகுதியின் கீழுள்ள அண்டங்களில் நடத்துகின்றாரென்பதும், மறைத்தல் அருளல் என்னும் இருதொழிலையுந் தாமே இயற்றுகின்றாறென்பதும் அன்னோர் கொள்கை. சூரன் பெருந்தவமுடையானாதலின், அவனை மறக்

கருணையால் ஆட்கொள்வான் அறுமுக வடிவொடு பச்சிளங் குழந்தையாக இறை வன் தோன்றினனெனவும், அவனுடைய வேல் ஞானசக்தியைக் குறிக்குமெனவும் சித்தாந்த நூற் கருத்துக்கு இயையக் கூறுவது ஒருவகையான பொருத்தத்தை யுணர்த் துவதே.

மெய்யன்பர்க்கு இறைவன் வீடு பயக்கும் உணர்வினை நல்கும் பொருட்டுத் தானே அருட்பேராசிரியனாக வருவனென் றும், 'வேறுவே றுருவம் வேறுவே றியற்கை யும்' என்ற வண்ணம் ஐம்முகத்தோடும் அறுமுகத்தோடும் அவ்வுயிர்க்கேற்றவாறு தோன்றி யருள்வானென்றும் மெய்ந்நூல் களியம்புவதால் சூரன் அருந்தவத்தனாயிருந்து இறைவனால், மறக்கருணை காட்டி ஆட்கொள்ளப் பெற்றிருத்தல் கூடுமென்ற கொள்கை யும் ஒரு வேளை யுண்மையா யிருக்கலாம். உயிர்களை யொறுக்கும் அறக் கடவுளை அவைகள் அஞ்சுதல் போலத் தண்டனைக் குரி யாரை யொறுத்த சூரனைத் தண்டனைக் குட்பட்டோர் அஞ்சிப் பழிப்பதும் இயல்பான தொன்றே! சூரன் கதையுள் சூரனைத் தாக் கித் தமது திருவடிக்கி ழிருக்கு மயிலூர் தியாக அறுமுகப்பிரான் கொண்டதாய்க் கேட்கப்படுதலின், சூரனுக்கு அருள்புரிந்த மையும் ஆண்டே குறித்தவாறாம். சூரனுக்கு விசுவரூப மெனப்படுந் தனது பெரு வடிவத்தை இறைவன் காட்டினதாகவுங் கந்த புராணங் கூறுகின்றது. இதுவும் அவனுக்கு அருள் புரிந்தமையை

வலியுறுத்தும். சூரனுக்கு இறைவனே அருள் புரிந்தா னென் பதைக் கந்தபுராண முடையார் பின் வருஞ் செய்யுளால் விளக்குகின்றார்.

'தீயவை புரிந்தா ரேனுங்
குமரவேள் திருமுன் உற்றால்
தூயவ ராகி மேலைத்
தொல்கதியடைவ ரென்கை
ஆயவும் வேண்டுங் கொல்லோ
அடுசமர் முன்னாட் செய்த
மாயையின் மகனு மன்றோ
வரம்பிலா அருள்பெற் றுய்ந்தான்'

முருகப் பெருமான் தனது இரு துணைவியாரோடும் வேலுடனும் மயில் மீதே வதியுங் காலை அப்பெருமானைக் கடவுளாகவும், வேலினையும் இருதுணைவியரையும் முறையே அறிவு விழைவு செயலென்னும் மூவகை யாற் றல்களாகவும், மயிலினை அவன் திருவடிக் கீழிருந்து தனது அறிவு விழைவு செயல் இறைவனது அறிவு விழைவு செயல்களின் வழி நிற்கப் பெற்றுப் பேரின்ப நுகரும் வீடெய்திய உயிராகவுங் கருதுவதே சமய நூலார் கொள்கையாம். உயிரினது அறிவின்கண் இறைவனது அருள் மன்னுதலின், அறிவுக் கறிவாய் நிற்கும் அவனது அறிவாற் றலைத் தமக்கு நினைவூட்டுவார் 'வேலுமயிலுந் துணை' யென்னுஞ்

சொற்றொடரை வாய்பா டாக வழங்குவாராயினர். வேலென்பது இறைவனது அறிவையும் மயிலென்பது அவ் வறிவுக்கு உட்பட்ட உயிரினறிவையுங் குறிக்கும்.

ஈண்டுக் கூறியவாற்றால், இறைவன் அறு முகத் திருவுருவங் கொண்டு சூரனை மறக் கருணையால் ஆட்கொண்ட திறத்தினையே பெரியதோர் வரலாறாகப் புராணமுடையார் விரித்துக் கூறினர் என்னுங் கொள்கை யுண்மை தெளியப்படும். அஃதுண்மை யாயின் அறுமுகக் கடவுள் முழுமுதற் கடவுளின் வேறல்லரென்பது நிலைபெறும். இக் கருத்தினைக் கந்தபுராண ஆசிரியர் இன்னொரு செய்யுளில் வற்புறுத்துகின்றார்.

"அருவமு முருவு மாகி
அநாதியாய்ப் பலவா யொன்றாய்ப்
பிரமமாய் நின்ற சோதிப்
பிழம்பதோர் மேனி யாகக்
கருணைகூர் முகங்க ளா றுங்
கரங்கள்பன் னிரண்டுங் கொண்டே
ஒருதிரு முருகன் வந்தாங்
குதித்தன னுலக முய்ய"

அறுமுக வடிவோடு இறைவன் தோன் றிச் செயல் புரிந்த காலை அவனது பேராற்றலை அத்திரு வடிவம் விளக்குதலின், இறைவனது திருவருட் சத்தியாகவே அறுமுகப் பிரானைக் கருதுவதும் இயல்பே. அது

'ஆதலின் நமது சத்தி அறுமுகன்' என்ற கந்த புராணப் பகுதியால் இனிது விளங்கும். அறி வின்றிறன் மிகுந்து விளங்கிய காலை இறைவனைச் சிவமென்றும், செயலின்றிறன் மிகுந்து விளங்கிய காலை இறைவனைச் சத்தியென் றுங் கூறுதல் நூலோர் மரபு. நமது அறிவிற்குக் காரணமாகிய எழுத்தோசை தோன்றுவதற்கு அடிப்படையாகிய ஓங்காரத்தை வடிவமாக உடைய மூத்த பிள்ளையாரைச் சிவச்சார்புடையரென்றும், இளைய பிள்ளை யாரைச் சத்திச்சார்பின ரென்றுங் கூறும் வழக்கமுங் காண்க.

அறுமுகப்பிரானை மக்சட் படைப்பினைச் சார்ந்தவரென்று கொள்வோர் அறுமுகத் தோடு மக்களுருவந் தோன்றி நிற்றல் இயற்கைக்கு முரணானது என்ப உலகில் அத் தகைய ஒருவன் காணப்படாமை பற்றி அஃது இயற்கை முரணாகத் தோன்றினும், ஒரு சாரார் அது பண்டைக் காலத்து மக்களது தோற்றவியற்கைக்கு முற்றிலும் மாறு பட்ட தன்றென்பர். இப்பொழுதும் இரு தலை முத்தலையுள்ள உயிர்கள் கருவிற்றோன்றி னும் அவை நிலைபெறாமையே காணப்படுகின்றது.

அங்ஙனம் நிலைபெறாமைக்குக் கார ணம் அவ்வுயிர்களின் வலியின்மையே யாமென்றும் பண்டைக் காலத்து மக்கள் வலி மிகுந்த உடலோடு

விளங்கினரென்று இப் பொழுது கண்டெடுக்கப்படும் அவருடைய உடலெலும்புகள் காட்டுகின்றன வென்றும், அவ்வலிமிக்காருள்ளும் பெரியதோ ராற்றல் வாய்ந்தோர் பன்முகத்தோடு பிறந்த காலைத் தமது வடிவம் அழிந்தொழியப் பெறாது நிலைநிற்கப் பெறும் உடலாற்றல் வாய்ந்தா ராய்த் திகழ்ந்தாரென்றும், ஆதலால் அறுமுகத்தோடும் பதின்முகத்தோடும் வலிமை சான்ற சில மக்கள் உயிர் வாழ்ந்திருத்தல் கூடுமென்றும் அன்னோர் கருதுகின்றார்கள். உலகத்திலே இறைவனது திருவருளைச் சிறப் பாகப் பெற்றவர் ஒரோவொரு காலத்திலே ஒருவர் இருவரே யாதல்போல, ஒன்றுக்கு மேற்பட்ட முகத்தோடு கூடிப் பிறந்தவர்கள் ஒரோவொரு காலத்தில் ஒருவர் இருவரே வாழ்ந்திருத்தலுங் கூடுமென்ப.

★ ★ ★

9 788199 677098

Printed at Repro India Ltd.